NEO BOOKS

1000+ Must Know Words In Kalabari

Illustrated Kalabari - English Dictionary

by Agbani Tamunosaki

KALABARI

KALABARI ALPHABETS

Aa Bb Ḅḅ Dd Ḍḍ Ee Ẹẹ Ff Gg GBgb Hh Ii Ịị Jj Kk KPkp Ll Mm
Nn Oo Ọọ Pp Rr Ss Tt Uu Ụụ Vv Ww Yy Zz

KALABARI VOWELS

There are 9 vowels in Kalabari:

A (e ẹ) (i ị) (o ọ) (u ụ)

Letter		Transcription
1.	a	a as in **ant** e.g ▶ **ama** = city; **aru** = car, boat
2.	e	ay as in **day** e.g ▶ **ene** = rain; **emi** = be
3.	ẹ	e as in **egg** e.g ▶ **ẹrẹ** = name; **ẹkị** = peel
4.	i	ee as in **deed** e.g ▶ **igu** = mountain
5.	ị	i as in **think** e.g ▶ **ịnọ** = sore; **ịrụa** = sun
6.	o	oh e.g ▶ **oru** = idol; **onu** = fence
7.	ọ	aw as in **law** e.g ▶ **ọwụ** = heat; **ọlọ** = cough
8.	u	oo as in **food** e.g ▶ **oru** = idol; **onu** = fence
9.	ụ	u as in **noun** e.g ▶ **ịrụa** = sun; **ịrụ** = little

KALABARI DIGRAPHS

Letter	Transcription
GB	Not in English, but as **gb**in - throw, in **Kalabari**
KP	Not in English, but as **kp**o = group, in **Kalabari**

KALABARI DIPHTHONG

a**ị** as in **kaịn** = to pluck

ọị as in **fọịtẹ** = roasted

oi as in **igoin** = poverty

ẹị as in **pẹị** = eat (fish, meat)

KALABARI NUMERAL SYSTEM
OYI-ASI TESI FINGI/KIAN-COUNT

#		#		#	
1	Ingei/Gbériyé- One	25	Si sino finji-Twenty five	47	Oyi-asi-Two hundred
2	Mai- Two	26	Ini fa suei-Twenty six	48	Je-si (Jei-si) Three hundred
3	Tiréi/Tíra -Three	27	Trei fa suei-Twenty seven	49	Ẹndẹ- 400
4	Íní-Four	28	Mayin fa suei Twenty eight	50	Ẹndẹ na sọnọa si-500
5	Sọnọ́-five	29	Gboruye fa suei Twenty nine	51	Ẹndẹ na oyia si- 600
6	Sónió-six	30	Súéi- Thirty	52	Ẹndẹ na jia si- 700
7	Sọnọma-seven	31	Suei gboruye Thirty one	53	Ma ẹndẹ/ poku-800
8	Níne-Eight	32	Suei mayin finji Thirty two	54	M'ẹndẹ na sọnọa si-900
9	Éséní-Nine	33	Suei trei finji Thirty three	55	Gbọrụ tawsani-1000
10	(Ati/Óyíá-Ten	34	Suei ini finji Thirty four	56	Ma tawsani- 2000
11	Óyị gberíyé finjí-Eleven	35	Suei sono finji Thirty five	57	Tra tawsani- 3000
12	Óyi maịn finjí-Twelve	36	Ini fa mesi-Thirty six	58	Inia tawsani- 4000
13	Óyí tẹ́rẹi finjí-Thirteen	37	Trei fa mesi Thirty seven	59	Sọnọa tawsani- 5000
14	Ngịẹ fá jie-Fourteen	38	Mayin fa mesi Thirty eight	60	Sonia tawsani- 6000
15	Jei-Fifteen	39	Gboruye fa mesi Thirty Nine	61	Sọnọma tawsani- 7000
16	Íní fasi-Sixteen	40	Mesí-Forty	62	Nina tawsani- 8000
17	Trei fa si/Tẹ́rẹ́i fasi Seventeen	41	Mesi óyí finji-Fifty	63	Esenia tawsani- 9000
18	Mayin fa si- Eighteen	42	Tési (Tra-si)- Sixty	64	Oyia tawsani- 10000
19	Gbéri yé fasí Nineteen	43	Tési óyí finji-Seventy	65	Oyi gboru tawsani-11000
20	Sí-Twenty	44	Íní á si/ Íníá si-Eighty	66	Oyi ma tawsani-12000
21	Sí gbérí yé finj Twenty one	45	Íní á si óyí finji-Ninety	67	Oyi tra tawsani-13000
22	Si Mayin finji Twenty two	46	Sọ́ná si- Hundred	68	Oyi inia tawsani-14000
23	Si trei finji- Twenty three			69	Oyi sọnọa tawsani-15000
24	Si ini finji Twenty four			70	Oyi sonia tawsani-16000
				71	Oyi sọnọma tawsani-17000
				72	Oyi nina tawsani-18000
				73	Oyi esenia tawsani-19000
				74	Si tawsani- 20000

KALABARI NUMERAL SYSTEM
OYI-ASI TESI FINJI/KIAN-COUNT

75	Suei tawsani- 30000		79	Tesi oyia tawsani- 70000
76	Mesi tawsani- 40000		80	Inia si tawsani or (tawsani inia si) -80000
77	Mesi oyia tawsani- 50000		81	Inia si oyia tawsani- 90000
78	Tesi tawsani- 60000		82	Tawsani sọnọa si- 100000

KPÁKÁM - EMOTIONS

1. Bịofúru- Anger/angry

2. Bịobẹlẹ- Happy/Joyous

3. Bạláfaá- Fear/Afraid

4. Bịobẹlẹ fa- Sad

5. Ínyọ́ pọkọtá- Tired

6. Kịfá- Smile

7. Ịganị- Annoy

8. Bú jírí- Shame

5

AWÁRI-**HOUSE**

Warị- House

Kálá bio
Bedroom

Áka/Pọkọ suayé
Coral bead necklace

Suá
Clothes

Kápa-Shirt

Sún
A Hat

Birima
Dress

Bịlánkẹtị
Blanket

Ịbílá- Bed

Ókóró
Shoe

Akpáli
Mat

Sokịẹnyé
Clock

Warị ákaká
Wall

Bíí kírí
Living room

Kálá emine/Ingada
Chair

Pani
Plate

Fụn
Salt

Fọkù
Fork

Ọkíkọ/Ngajị
Spoon

Bẹ́lẹ́
Cooking pot

Káláogie
Knife

Obokumaye
refrigerator

Warị kubú
Kitchen

Bạrá suá ye
Ring

Minji
water

Ịkásị
Stool

Dẹ́bilé
Table

Fun
Garbage

Ọ́fịnyé
Broom

Ámbị́lalị́
Umbrella

Osuka
Grass

Gádịnị- Garden

6

Isun- Roof

Ólóló- bottle

Fịláḅa
Flower

Bọkọ
Door

Ọpọ
Fireplace

Fịnị
Fire

 Íkíḅa ḅọ́kọ́
Window

Sárá
Dust bin

Tẹ́mẹ́ díkí yé
Mirror

Áká síkírí yé
Tooth paste/
Toothbrush

Bíẹ́ wárí/Yéyọ
Toilet

Tọnjị/Tọnjọ́
Lamp

Sámbị
Key

Bú fẹ́ngú yé
Fan

Ọsọn
Soap

Minji
water

7

FARM-DUO

Íyọ́rọ́ ọbọkọ
Hen

Íbọ́má
Shed/Bar n

Fọ́ọ́n
Dust

Ówí ọbọkọ
Cock

Owin
Smoke

Sín
Tree

Tanjí yé
Ladder

Ikpopú
Padlock

Mbịaka
Corn

Ágbànị/Kana
Basket

Ịkú
Rock

Krúkrú
Turkey

Nambúlo
Cow

Ọ́gụ
Hoe

Ḍiki
Rope

Ágá
Rope

Ónú
Fence

Ánáná
Sheep

Ḍụbari
Stone

Sínjịlị
Scissor

Abạịn lika
Mud

Ásụ
Horse

Ówín
Sand

Ọbọkọ
Guinea fowl

Opu ogie
Cutlass

Kumbu
Axe

Ịgbọ́/Ibóro
Net

Sákwọ sín
Stick

8

POSITIONS

Lẹgí síme
Sit down

Mẹnjí- Walk

Andalịya/Gbimá
Bend

CÍkír- Crawl

Dosi
Jump

Kparakị- Kneel

Síẹ́
Stand

Mónọ́
To sleep

Súsúpri- Prostrate

ANIMALS- NÁMÁ

Igo Eagle

Álaǫ́kǫ́lǫ́bi/ Ǫkolǫbi Parrot

Olosikíya Dove

Ágúnkwǫ/Ékulé Hawk

Mgbukugbúku Owl

Ḅukǫ Monkey

Ikoli/Ágírírí Crab

Poku-Bat

inj- Fish

Nwáẹrésị Pigeon

Ébi-Hedgegog

Pǫ́sị-Cat

Atangbaligbaliba Earthworm

Púnụ/Kewe Fox

Ǫḅǫkǫ- Chicken

Kpaịkpáị- Lobster

Otoḅo-Hippotamus

10

Olókongóḅa
Spider

Ologboingboin
Lizard

Ọmọmó
Housefly

Akpi
Scorpion

Alápa
Jellyfish

Ostrich-Ekpu

Támgbóló
Mosquito

Sibiri -**Alligator**

Éjí/Ẹkpẹ́ ẹdẹlẹ/Osi/Osin
Snail

Ọsísá
Cockroach

Kpándú/Ọfịrịma
(Obiotokolo)
Shark

Gbíkírí
Squirrel

Íkákí/Aḅoịta/Óbóngóró
Turtle

Aboita
Ladybird /Beetle

Ḅáráḅá
Electric fish

Ogunú-**Peacock**

Ofúnguru
Rat

11

Bịla
Elephant

Ịnwá/Túbára
Antelope

Idúm-Lion

Oruein- Tsetse fly

Sírị
Leopard

Tari-ogodo
Giraffe

Towin -Bees

Mgbele- Wasp

Okublaki- Black ant

Ásáká barị/Ópuró
Crayfish

Tari-ogodo
Giraffe

Ḅranama
Gorilla

Ogumangala (Ibo)
Awakiba
Iguana

Tumgbai- Centipede

12

ÓJÚ- BODY

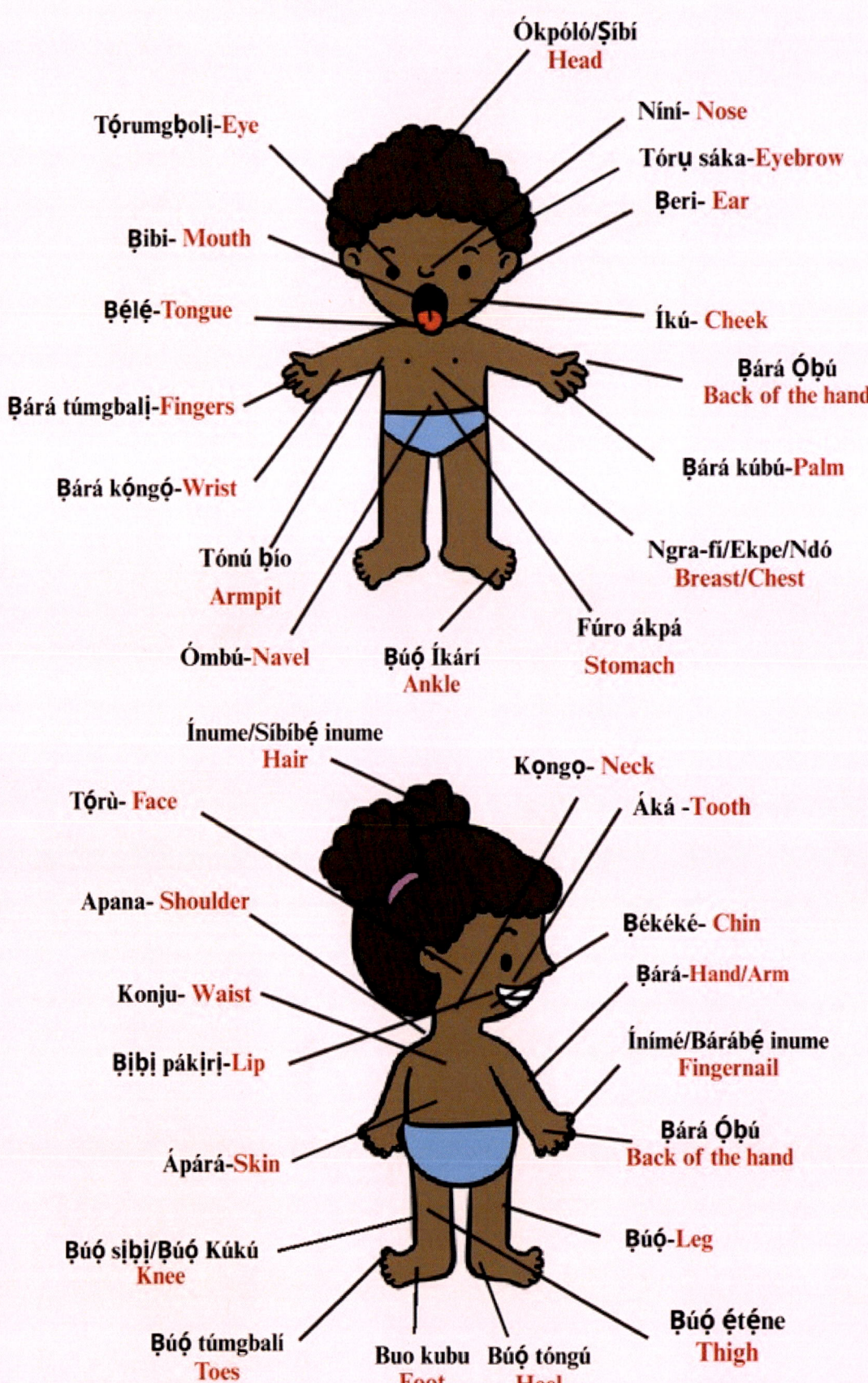

Ókpóló/Ṣíbí
Head

Tọrumgbolị-Eye

Níní- Nose

Tórụ sáka-Eyebrow

Ḅeri- Ear

Ḅibi- Mouth

Ḅéḷẹ-Tongue

Íkú- Cheek

Ḅárá Ọḅú
Back of the hand

Ḅárá túmgbalị-Fingers

Ḅárá kọngọ-Wrist

Ḅárá kúbú-Palm

Tónú ḅío
Armpit

Ngra-fí/Ekpe/Ndó
Breast/Chest

Ómbú-Navel

Ḅúọ Íkárí
Ankle

Fúro ákpá
Stomach

Ínume/Síbíbẹ inume
Hair

Kọngọ- Neck

Tọrù- Face

Áká -Tooth

Apana- Shoulder

Ḅékéké- Chin

Ḅárá-Hand/Arm

Konju- Waist

Íními/Bárábẹ inume
Fingernail

Ḅịbị pákịrị-Lip

Ḅárá Ọḅú
Back of the hand

Ápárá-Skin

Ḅúọ-Leg

Ḅúọ sịḅị/Ḅúọ Kúkú
Knee

Ḅúọ túmgbalí
Toes

Buo kubu
Foot

Ḅúọ tóngú
Heel

Ḅúọ étẹne
Thigh

13

ANÍÉ TUBÓ?-WHO IS THAT PERSON?
TOMI- PEOPLE

Ówíbọ́- Man

Érébọ́ túbọ
Girl

Ékélibọ́
Handicapped

Éréme/Ẹ́rẹ́bọ́
Woman

Ówí
Male

Óyíbọ́ túbọ
Boy

Bẹ́lẹ́kị
Full figured

Gbálám gbálám/
Sákám
Slender

Akrakpósi/Opu
Big/Giant

Tọ́rúmgbọ́ bulọ́/
Tọ́rúmgbọ́ puụn
Blind

Geletẹ owibo
Tall man

Kálá
Small/Little

Ómóngíte ẹ́rẹ́bọ
Old woman

Kpúlú/Tein
Short

Ịḅí- **Beautiful**

Kálá tụḅọ- **Baby**

Íríabọ
Young woman

Ámádáḅó- **King**

Arusaḅa- **Princess**

DIRECTIONS

Éré ḅárá/Kondo
Left hand

Ama ḅárá/Yé fĩ bári
Right hand

Ọḅúụ- Behind

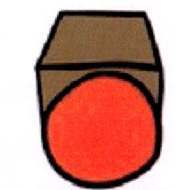

Ogbo kúú-Middle

Ọgọnọọ- Up

Dọm- Below

Ọgọnọọ- Up

Dọm- Below

Ọgọgọ́ juú/Ọgọnọọ
North

Ịrụá tuú keró anga
West

Ịrụá sakịárị anga
East

Obo- South

ÁNYINYÁ-VEGETABLES
FỊ ÁYI-EDIBLES/THINGS TO EAT

Akịdị- Beans

Fulọ so okụrụ Okra

Mbaraka sín Cassava

Bẹkiná mbi- Coconut

Èleínda Orange

Bụru- Yam

Gọva/Gọ́wa gọ́ba Guava

Ọgụ- Pumpkin

Sanị Pepper

Oboriḅó Sweet potato

Ogboín- Mango

Egúsí- Melon

Olóminí- Lime

Bẹkiná mbi/Íkuu Cocoyam

17

Arùsúún- Rice

Áyo- Onion

Akáịn- Bitter kola

Mbana- Plantain

Bekin bur Breadfruit

Dawọ- Kolanut

Apapá Groundnut

Ngwo Sugarcane

Ọkrụalágba Pawpaw/Papaya

Poofị mbana- Banana

Ịmúnú- Walnut

Ngụọba Pineapple

Ibe- Pear

Ekpé sánị- Large pepper

NÁMÁ KORÍ-
WORK/OCCUPATION

Piri deḅó
Hunter

Apá
Clown

Akanịkọn apụụ
Artist

Dịrí keḅó
Secretary

Ḅekịnbịrịbo
Doctor

Kéní
Butcher

Éré íyímáḅó
Midwife

Yé teḷémáḅó
Blacksmith

Tolumáári
Teacher

Ḅéré péléḅó
Judge

Inji ḅaḅó
Fisherman

TỌRỤ/BIA- COLOURS

Séléḅa- Silver

Kurúkurú- Black

Epe/Odo
Yellow

So tọrụ-
Blue

Nyinya toru
Green

Golú- Gold

Áwú/Árú tọ́rú- Red

Ábịlálá/Píná
White

WEATHER

Okirínga fíyéári
Harmattan blowing

Ígírígi kúróári
Dew dropping

Ogono so tǫ́ru émíi
Rainbow in the sky

So alágba
Thunder

Éne kuróári
It is raining

Íruá biári
The sun is shining

Obuto ani gbain wę́rári-It is mist

Fę́rú fíyéári
The wind is blowing

TRANSPORTATION

Káa- Car

Fin owin árụ- Aeroplane

Árụ́ - Boat

21

BUILDINGS

Íkólí wárị- Prison

Ḍírí ḍáwọ́ wárí- School

Íkólí wárị- Prison

Ámá - Town

SOKIÉN TIE LATÉ - WHAT IS THE TIME

Ḅáadede
Morning

Éné ḅáka
Noon

Ḅoḅiri otúka/Ejina
Sunset

Fúrú
Darkness

Ḅá so
Twilight

Éné Ḅoḅiri/Ejina
Evening

Ḍín Éné
Night

Ákalú	Month
Ḅaaḅéene	Tomorrow
Kụra	Year
Mímgba	Today
Bịẹin	Yesterday
Éne	Day

Dín ógbóó
Midnight

Ḅiriḅiri Finjị
Early dawn

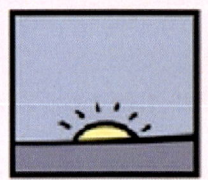

Ḅáso-Dawn

SOTỌRÚ- ATMOSPHERE

Ịrụá- Sun

Ịrụá kụra
Dry season

Féngụ
Rainy season

Si so- Cloud

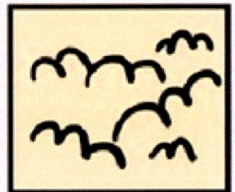

Oḅuto- Fog

Loliá- Star

So Kpákámárị
Lightning

23

EKWẸ́N- TALK

Iḅatẹ
Good morning

Dein na múu
Safe Journey

Tọ bará/Indẹ́ẹ ani sime bará
How are you

Imíete
Thank you

Iḅotẹ
Welcome

Iḅifúḅárá
Goodluck

Ibím/Ibi wẹ́rára
It is fine

Ḅáawá arịa
Goodbye

Ḅáḅá/Báa wá ẹria
Goodnight/Until tomorrow

Ḅaá wáẹríá
See you tomorrow

24

AKALU- MONTHS

Tari Akalu/
Kura be Tari-Akalu
January

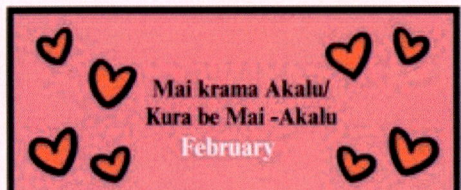
Mai krama Akalu/
Kura be Mai -Akalu
February

Trei krama Akalu.
March

Ini krama Akalu
April

Sono krama Akalu
May

Sonio krama Akalu
June

Sonoma krama Akalu
July

Niine krama Akalu
August

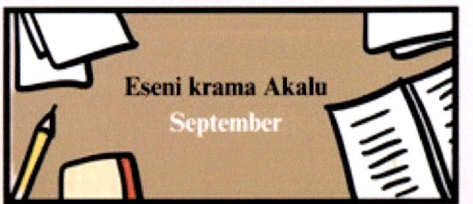
Eseni krama Akalu
September

Oyi krama Akalu
October

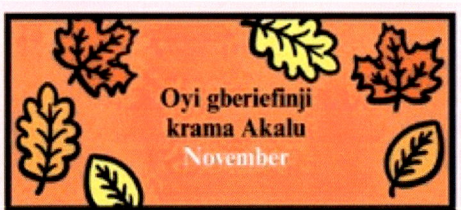
Oyi gberiefinji
krama Akalu
November

Oyi maifinji krama
Akalu/Amade Akalu
December

DAYS OF THE WEEK

Túó tárí éne	Túó má din	Túó tírá din	Tuó ínía din
Monday	Tuesday	Wednesday	Thursday

Túó sǫ́ná din/Féníbéne	Árú síkírí éné	Órúéné/Fǫ́ní bian ené
Friday	Saturday	Sunday

DÍRÍ DAWO WARI- SCHOOL

1. Dírí - Book
2. Dírí kókóyé - Bookcase
3. Pẹnsụl - Pencil
4. Ábịlálé - Paper

SENTENCES IN KALABARI

1. A bo sakị A mono s'me wrar' - She was asleep when I came.
2. A bo sakị A mono s'me wrar' - I was asleep when she came.
3. A mu brasụa A p'rị ba - I will go (and) help her.
4. A ye kẹ I bụ lama tẹẹ - I have wounded myself.
5. Ar' I bụ kẹ I p'riar'- I give myself to you.
6. I I wọlọ bẹ bo? - Did you come to insult me?
7. Alabi ibate - Good morning chief.
8. Omogngibo ibate - Good morning elder.
9. Omongiapu pbate - Good morning elders.
10. I ta ibate - Good morning my wife.
11. Tụbọ kẹ I p'rị? - Who gave (it) to me?
12. Tụbọ kẹ I p'rị? - Who gave (it) to you?
13. I kapa mụnọọ I kapa? - (Is it) your dress or my dress?
14. Tamuno é digí bú girí - Oh lord show me mercy.
15. E mie sam/Miebaka - I am grateful.
16. Ah bo abe - I am coming.
17. Ibe me - It's good.
18. Ibi am - Its ok/Its enough
19. Iborari/I buro ari - Are you passing by?
20. Ise weri ari - Are you standing?
21. Irụa mẹ (anị bẹ) kụrọ kẹ biam! - The sun shone in her strength!
22. Irụa mẹ (anị bẹ) kụrọ kẹ biam! - The sun shone in her strength!
23. I da O bo tẹ? - Has your father come?
24. A sẹkị wenii O monom - I danced until he slept.
25. Mị dedebio anịanịa enebaka boo - Come this morning or afternoon.
26. Tiye I bẹlẹar', miemẹ mụnọọ aniemẹ? - Which do you like, this or that?
27. Daba na Boma na mu ba - Daba and Boma will go.
28. Anị paka b'ra duko Wa p'rịị - Tell us as it happened.
29. Tamụnọ wẹnị O boma - And God blessed him.
30. Trẹmẹ A bo, dein I na s'mee - Till I come, peace be with you.
31. A sẹkị bịya O mono'a sime ogbo - I will not dance until he sleeps.
32. Ar ẹrị trẹmẹ I so - See her before you leave.
33. A mu ba I bii bẹbẹẹ - I will go if you want.

34. Dọkị nimi O pịkịmabo tẹ boto - Find out if he has returned.

35. I bụbua ba I anịanga mu kụma - You will be amazed if you go there.

36. I da O bo tẹ? - Has my father come?

37. Inye ọkị tẹ Inye kẹ I p'rịị - Take yours and give me mine.

38. O bo sakị O tiye year'? - What were you doing when he came?

39. O bo sakị O tiye year'? - What was he doing when you came?

40. Duko owibọ be p'ri O bo - Tell the man to come.

41. Owiapụ ma In bo tẹẹ - The men are here.

42. Amadapụ ma In soar' - The kings are leaving.

43. Erebọ tụbọ ma A gele wrar' - The girl is tall.

44. Eremina awọmẹ ma In monoar' - The girls are sleeping.

45. Ingada mẹ sakị gelemaa - Lift up the chair.

46. Anyị mẹ baa - Break the egg.

47. Sisi ịngada ma dẹẹ - Please arrange the chairs.

48. Mu ịngajị ma sịkịrịị - Go and wash the spoons.

49. Boma ma A pịkịmabo tẹẹ - Boma has returned.

50. Ar ogboin fịar' - I am eating mango.

51. A buru fịar' - I am eating yam.

52. Ar iro I p'rịm - She lied to me.

53. A lẹgịm - She sat.

54. Or injiba bẹ muar' - He is going fishing.

55. O mono bẹ muar' - He is going to sleep.

56. Ar mbi dẹrịar' - I am selling coconut.

57. Ar ngibo sọ tẹẹ - She has become a mother.

58. Or mgbuluba kẹ I bakụm - He hit me with a fist.

59. Ar I sịn yaa - I did not call you.

60. Ar O fomu bịya - She will not beat him.

61. Ar O fomu bịya - She will not beat you (plural).

62. Or O nimi yaa - He does not know you (plural).

63. Or I sịn sịn? - Does he greet you?

64. Yẹrị Naịjiriabọ - I am a Nigerian.

65. A pịkịmabo tẹẹ - I have come back.

66. Lucy árú mẹ fọnọ ídérímam - Lucy hailed down the boat.

67. Ị ikịábọ ị warí bọm - My friend came to my house.

68. Ị bọ́ ba - You will come.

69. Tụbọ bẹ o bekín bịbị fiearí - The boy is speaking english.

70. Ori óbọ́rí bẹ́ fímam - He untied the goat.

71. Ofin gélé ígwá mé sáwam - He jumped high across the hurdle.

72. Kongo ọbújụụ - Back of the neck.

73. Ori ẹ í pịrịm - He gave it to me.

74. Ọ na kụra bịo ibẹré - He had heard long ago.

75. Gbrogbro opú alabọ bo arị - The mighty and great chief is coming.

76. Á bịri gbọgbọ wárárị - Her waist is long.

77. Arị ojuu gbọlúarị - She is chubby.

27

78. Íkú búụ áwụ bẹlé tẹịnm - Among cocoyams the red cocoyam is the sweetest.

79. Ikpopú kẹ bọkọ mẹ íkasịị - Lock the door with padlock.

80. Ọ tọrúú ímo pákatẹẹ - He has sweat on his face.

81. O bó ímo tábatẹẹ - He is poor.

82. Ọri Ịbị fúbárá nyánám - He has good luck.

83. Igbémá mẹ gbóloo - Ring the bell.

84. Íníngíbó bọ bé ọ miánga dịki miánga díkíari- The deaf man was looking here and there.

85. Mí ẹrẹbọ má á tíárị iria bakam - This young lady enjoy her youth well.

86. Wárị isun mẹ wẹpụ bákam - The roof is too low.

87. Ini iyi ene alálị fịarị - They are a celebrating a birthday.

88. O bó mẹ bẹ ịba ámá kánátẹẹ - The rumor of his coming has gone around the town.

89. Ólu ịbụkụ bío ángarị - A crab lives in the hole.

90. Ori inje ịdárị - He is trapping the fish.

91. Àfaláfa sín bụụ ịga émíí - There are thorn on a cotton tree.

92. Arị ímúnú tán bẹ múárị - I am going to pick walnut

93. Inịna múu! - Go with me!

94. Bené mí angaá á bóári? - Does Bene come here?

95. O bọtẹ - Has he arrived.

96. Ọ tọ bara simé? - Frank, what is he like?

97. O gele á nẹngím - He is taller than her.

98. O bo láátẹẹ - He has arrived.

99. Frank bóári - Frank is coming.

100. Mie tié? - What is this?

101. Á tọ anga múári - Where is she going to?

102. O bó - Did he come?

103. O nume susute sẹkíári - He is singing and dancing.

104. O bo gbọrú saki wá múba - As soon as he comes, we shall go there.

105. O bo tir - He came before we left.

106. Éẹn a nimi-áá - No i don't know that.

107. Sísí ọ lẹgíi - Please you people should sit down.

108. O bo tirẹmẹ wá sóm - He came before we left.

109. Francis báá bóba - Francis will come tomorrow.

110. Ọ jen bóm - He came again.

111. O jen bo áa - He didn't come again.

112. A ye fíbẹ múári - I am going to eat.

113. Ọri árú kẹ bóm - He came by boat.

114. Ọ wárí mẹ sọtẹẹ - He has entered the house.

115. Ori upu tombọ - He is an important person.

116. Ári ibi yingibo - She is a good mother.

117. Wá óyá apu ẹrím - We saw ten people.

118. Mangi so - Run away.

119. Saki ofori - No time.

120. Mu biri - Go and shower.

121. Mangi bo - Run down.

122. Wa lolo te - We have prospered.

123. I ye fi te? - Have you eaten?
124. Bo wa so - Lets go.
125. Fonya menji - Walk quickly.
126. Jen wíki bó - Come next week.
127. Íyẹ ẹrẹe tié - What is your name.
128. Í tọ angáa ángaari - Where do you live.
129. Ye obokuma ye - That which makes cold.
130. Kẹ ye obokuma a ri - What is used to make things cold.
131. Wakẹ ye obokumaar' bẹ ye - What we use to keep things cold.
132. I di ibate - Good morning my husband.
133. Iyingi ibote - Welcome my mother.
134. Ida ibote - Welcome my father.
135. Mu i diri go - Go and read your book.

BÉRÉTO - TO ORDER/COMMAND

1. Pákịrí - Answer

2. Íín - Yes

3. Ḅííí! - Ask!

4. Gbáīn - Close!

5. Fínjí - Open

7. Ḅo - Come

6. Kórú - Wait

8. Mú - Go

9. Daáse! - Stop!

MORE WORDS TO KNOW

1. Abajị - Ocean
2. Álàlị - Festival
3. Ḅi - Greet/Salute/Ask
4. Dálá - Scratch/Stretch
5. Ḍẹị - Arrow
6. Kpụtụ kpụtụ - Boil
7. Lágá - Needle
8. Igwángí/Ngele/Igbiki - Money
9. Iyeri - You
10. Pisí - Wet
11. Sísí - Please
12. So - Hour
13. Sú - Sing
14. Sụmá - Far
15. Tanjị - Climb
16. Tọrú mínjí - Ocean/Sea
17. Anị angáa - There
18. Mị ángaá - Here
19. Ángánagána - Anywhere and everywhere
20. Íḅoli - Bow
21. Ígbé - Box
22. Kírı - Ground
23. Nyịnyá - Leave
24. Írí - To stray
25. Kun/Kọn - Seize
26. Kúnū - To sour
27. Wérima - To keep for
28. Yongó - To sway
29. Tíı - Play
30. Diḅi - To bury

31. Gwáà - To mix
32. Ayịn - Egg
33. Ókí - To take
34. ibi - good
35. maị krama ibitẹịn - Better
36. ibitẹịn - Best
37. kụma - But
38. trẹmẹ - Before
39. ofori kụma - But for
40. kẹ gotẹ oko bẹar' ye - Because
41. gotẹ - Because of
42. b'ra - As
43. aniemẹ ẹrẹs' - So

44. aniemẹ ẹrẹs' - Therefore
45. laate - It is time or time up!
46. bin - Full
47. dein - Peace
48. ẹkwẹn - Speak
49. gbin - Throw, Sew
50. kọn - Wealth
51. kọọn - Remain
52. kụn - Honour
53. kuun - Arrest, Catch
54. ofịn - Sweep
55. onwigbolị - Gravel

VERBS

1. Bó - To Come
2. Fí - Eat
3. Bịbị fie - To talk/To speak
4. Ẹrí - To See
5. Sẹịn - To shave
6. Kán - To tear
7. Tọru pọnji - To cheat
8. Tọru angíma - To wink
9. Pári - To weave/plait hair
10. Pékélé - To turn around

11. Kómbō - To mock
12. Kwúa - To fold (like cloth)
13. Ókí - To take
14. Ókí - To swim
15. Bụrụ - to be rotten
16. Yáwúma - To cause silence
17. Sin - To remove
18. Kwárī - To hit slightly
19. Yongó - To sway

FROM HERE TO THERE

1. Bí - This (Masc)
2. Má - This (Femn)
3. Mí - This (Neut)
4. Mína - These
5. Má - These
6. Tọ - What/Which

7. Indá - How much/How many
8. Tangáá - Where
9. Tie gotẹ/Tie síbí ẹrẹsi - Why
10. Tie ye/Indẹ - What
11. Tubọ/Tuwọ - Who
12. Tọ sákị - When?

Í TIE YÉÁRÍ - WHAT ARE YOU DOING?

1. A tẹkéari - I am praying.
2. A nama Kọríárí - I am working.
3. A kírí ọfín árí - I am sweeping the floor.
4. Ari ósúká ẹsín árí - I am clearing the grass.
5. A wárí tẹlẹmáári - I am putting the house in order.
6. Ari íbílá tẹlẹmáári - I am making the bed.
7. A bọkọ fínjíári - I am opening the door.
8. A bọkọ gbáín árí - I am closing the door.
9. A sán árí - I am urinating.
10. A kápa súáári - I am combing my hair.

KALABARI NAMES

1. Tamunomonoa - God never sleeps.
2. Dakorinama - God's handiwork.
3. Ibiso - Goodluck.
4. Sokeipirim - Heavenly gift.
5. Otonye - Chosen one.
6. Damiete - God has done it/Father thank you.
7. Sonume - Heavenly song or Heaven's song.
8. Dakorinama - God's doing or God's work.
9. Ibifubara - Good luck.
10. Ibiso - Good heaven, Good destiny.
11. Belema - Love
12. Angafaa - Life goes on or continues.
13. Basoene - Tomorrow is another day.
14. Dumo - Life
15. Amieyeofori - I didn't do anything. (wrong, or to add to what is seen)
16. Oseleye - That which God selected.
17. Obeleye - That which God likes or loves.
18. Tamunitein - God is greatest.
19. Otelemate - God has perfected it.
20. Tamunosaki - God's perfect timing.
21. Soingo - Heavenly wealth.
22. Kamaba - It (wealth) will explode.
23. Ajeminayanate - I now have another brother or sister (as the case may be)
24. Sobomate - Heaven has blessed. (me)
25. Ibimina - Good brother or sister or relative.

PRONUNCIATION

A, a - Sounds like the a in ant eg ama -Town. Akidi - Beans, Asan - Crayfish

B, b - Sounds like the b in Boy eg bima - Top up , bin - full, binya- not full

Ḅ, ḅ - Sound not in English eg ḅara -hand, ḅere - Trouble, ḅibi-Mouth, ḅaku- Knock.

D, d - Sounds like the d in dog eg dogi - carry, dede - Fried plantain, dibo - Husband, dein - Peace

Ḍ, ḍ - Sound not in English eg ḍeri - Laugh, ḍerima - Don't laugh

E, e - Sound like the ay in day eg eneme - Palm karnel,

Ẹ, ẹ - Sound like the e in egg eg Ẹ́rị̣ - Find, Ẹ́firefe -Scales

F, f - Sound like f in fish eg fa - Lost, faa - loose, feru - Breeze

G, g - Sound like the g in go eg gaga -Tight, goli -Insult, Cheek

Gb gb - Sound not in English gbana -Place something, gbon - Peck, Bite(snake)

H very rare in Kalabari (perhaps only in aham! - open your mouth! as said to a baby when being fed)

I, ị - Sound like the ee in feed eg iin - yes, ine - daa -unbearable, ine-a -could not

Ị, ị - Sound like i in in eg Ịno -sore, Ịnyon - Strength, Power. Ịnyon-fa - Hypertension

J, j - Sound like j in joy eg jen -Next, ja-saki -Sometime. ja -Some

K, k - Sound like k in King eg kee - Sign, write. ke-bo -Bring, kiko-Scrotum

KP, kp - Sound not in English eg kpain - safe, kpeki - approach/close/near

L, l - Sound like l in Love

M,m - Sound like the m in man eg main - two, manya - catarrh, meme -gentle/mild/warm

N,n - Sound like n in Nose eg naa -hear, nama -animal, nambulo - Cattle/cow

O, ọ - Sound like the o in Old eg onu- fence/wall, odu -trumpet, obiri - dog

Ọ, ọ - Sound like the o in hot eg Ọ́ló -cough, Ọbọ́kọ - chicken/ fowl. Ọfin -sweep, odu-stew

P, p - Sound like the p in pan eg poo -castrate, pele - cut, piki- denial

R, r - Sound like r in rat eg re-instead

S, s - Sound like the s in Soap eg so - go, soku- dig, sime - stay

T, t - Sound like the t in top eg teme - mind, toru - face

U, u - Sound like the u in full eg oju - body

Ụ, ụ - Sound like the u in up eg fụlo - soup,

V, v - Sound like the v in Van eg vala - sail, vroro kapa - garment

V, very rare in Kalabari (perhaps only in vala = sail)

W, w - Sound like w in we eg wa -us, wolo - insult, wadodge - penguin

Y, y - Sound like the y in you eg yau - quiet, ye-kienye - calculator, ye-la -expensive

Z, z - zo-zoo - to fool around There is no C, Q, X in Kalabari